કમ્પ્યુટર ની કલ આજ ઓર કલ નિબંધ

મિહિર જાગૃતિ વોરા

આ પુસ્તક હું મારા માતા પિતા, મોટા ભાઈ ભાભી
અને નાની પ્રિય ભત્રીજી ને અર્પણ કરું છું.

સામગ્રી

પ્રસ્તાવના

મિત્રો આ પુસ્તક માં મેં કમ્પ્યુટર ની કલ આજ ઓર કલ નિબંધ ને માત્ર ને માત્ર શબ્દો માં વર્ણન કર્યો છે કોઈ પણ જાતની આકૃતિ કે સંજ્ઞા વગર, સરળ ભાષા માં મેં કમ્પ્યુટર ના પ્રકારો અને તેનો ઉદભવ અને જરૂરિયાતો ને સમજાવી છે . આ માટે મેં કમ્પ્યુટર ને લગતા લેખ અને લેખકો ના બ્લોગ , વેબ સાઈટ અને વિકિપીડિયા,વિવિધ અખબારી અહેવાલ નો સહારો લીધો છે , આમ માત્ર માહિતી આપી છે તેની સૌ નોંધ લેજો એવી વિનંતી છે .

સ્વીકૃતિઓ

આ પુસ્તક માટે મેં આ માટે મેં કમ્પ્યુટર ને લગતા વિવિધ લેખ અને લેખકો ના બ્લોગ , વેબ સાઈટ અને વિકિપીડિયા,વિવિધ અખબારી અહેવાલ અને જે તે લેખક ના લેખ ના સંદર્ભો નો સહારો લીધો છે ,તે સૌ નો હું આભાર માનું છું .

અનુક્રમણિકા

1

કમ્પ્યુટર ની કલ આજ ઓર કલ નિબંધ

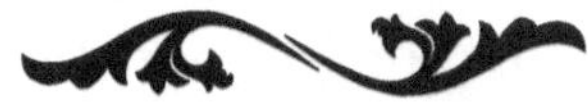

મિત્રો આજના સમય માં આપણાં માટે આજે કમ્પ્યુટર સાવ સામાન્ય બની ગયું છે કારણ કે તેની મદદથી આપને બધા ટેક્નોલોજિ ના કામો કરી શકીએ છીએ પણ જૂના સમયમાં જ્યારે આજના સમય જેવુ કમ્પ્યુટર વિકાસ પામ્યું નહતું, તે સમયમાં લોકો કમ્પ્યુટરનો અર્થ ગણતરી કરનાર સાધન તરીકે સમજતા હતા.પહેલાના સમયમાં લોકો કમ્પ્યુટરને એક ગણતરીના સાધન તરીકે જ ગણતાં હતા

મિત્રો આ નિબંધ લખવા માટે મેં વિવિધ સંદર્ભ અને વિવિધ કમ્પ્યુટર ને લગતા લેખ અને લેખકો ના બ્લોગ , વેબ સાઈટ અને વિકિપીડિયા,વિવિધ અખબારી અહેવાલ અને જે તે લેખક ના લેખ ના સંદર્ભો નો સહારો લીધો છે અનેમાત્ર નિબંધ લક્ષી માહિતી આપી છે જેની નોંધ લેવા વિનંતી છે ..

મિત્રો આપણે અત્યારે કમ્પ્યુટરને વિજળીની મદદથી ચલાવીએ છીએ અને ઘણા અલગ-અલગ કામો કરીએ છીએ પણ પહેલાના સમયમાં લોકો ગણતરી કરવા માટે હાડકાં, લાકડા અને પથ્થરો વગેરે ઉપયોગ કરતાં હતા. લોકો પહેલા એવા સાધનો પણ બનાવતા હતા

જેની મદદથી તેઓ નાની-મોટી ગણતરી કરી શકે. માનવી નો વિકાસ થતા વિવિધ પેઢી ના કમ્પ્યુટર આવતા ગયા કમ્પ્યુટર એક મશીન છે જે આપેલ નિર્દેશો અનુસાર કામ કરે છે એક એવું ઇલેક્ટ્રોનિક નિયંત્રણ કે જે જાણકારી સાથે કામ કરવા માટે ઉપયોગી બને. કમ્પ્યુટર શબ્દ એ લેટિન ભાષામાંથી લેવામાં આવ્યો છે જેનો લેટિન ભાષાનો મૂળ શબ્દ છે computare જેનો અર્થ થાય છે કેલ્ક્યુલેટ કરવું અથવા તો ગણતરી કરવી.

કમ્પ્યુટરના મુખ્યત્વે ત્રણ કામો હોય છે (૧) પહેલું ડેટાને ઇનપુટ કરવું (૨) બીજુ ડેટાને પ્રોસેસિંગ કરવું અને (૩) ત્રીજું અને અગત્યનું કામ પ્રોસેસિંગ થયેલ ડેટાને બતાવવો જેને આપણે આઉટપુટ કહીએ છીએ.

કમ્પ્યુટરનો જનક ચાર્લ્સ બેબેજ ને કહેવામાં આવે છે કેમ કે સૌપ્રથમ કમ્પ્યુટરની શોધ તેમણે જ કરી હતી તેમણે સૌપ્રથમ મિકેનિકલ કમ્પ્યુટર ડિઝાઈન કર્યું હતું જેને એનાલિટિક્લ એન્જિન ના નામથી પણ ઓળખવામાં આવતું હતું જેમાં punch card ની મદદથી ડેટાને ઇન્સર્ટ કરવામાં આવતો હતો. ચાર્લ્સ બેબેજ દ્વારા ૧૮૩૭માં આ કમ્પ્યુટર ની શોધ કરવામાં આવી હતી.

તેમના આ કમ્પ્યુટરમાં ALU, Basic Flow Control અને Integrated Memory નો કોન્સેપ્ટ લાગુ કરવામાં આવ્યો હતો. આજ મોડેલના બેઝ પર આજકાલના કમ્પ્યુટરને ડિઝાઇન કરવામાં આવેલ છે. એટલે જ કમ્પ્યુટર ક્ષેત્રમાં ચાર્લ્સ બેબેજ નું અમૂલ્ય યોગદાન હોવાથી તમને કમ્પ્યુટર ના જનક કહેવામાં આવે છે.

હજુ સુધી ચોક્કસ એ નથી નક્કી કરી શકાયુ કે કમ્પ્યુટર ડેવલોપમેન્ટ નું કાર્ય ખરેખર ક્યારથી શરૂ કરવામાં આવ્યું હતું પરંતુ સમયગાળાના આધારે કમ્પ્યુટરને પાંચ પેઢી માં વર્ગીકૃત કરવામાં આવેલ છે.

કમ્પ્યુટર ની પહેલી પેઢી ૧૯૪૦ થી ૧૯૫૬

પહેલી પેઢીના કમ્પ્યુટર માં Vacuum tubes, Circuitry અને Magnetic Drumનો મેમોરી માટે ઉપયોગ થતો હતો જેથી આવા કમ્પ્યુટરની સાઇઝ ખૂબ જ મોટી રહેતી હતી. હાલના એક રૂમ ની સાઈઝ જેટલી કમ્પ્યુટરની સાઇઝ હતીએમ કહીએ તો પણ ખોટું નથી.

મોટી સાઇઝના કારણે આવા કોમ્પ્યુટરો ગરમ પણ વધુ થઈ જતા હતા જેથી સતત લાંબા ગાળા સુધી આવું કમ્પ્યુટર કાર્ય કરી શકતું ન હતું એને થોડો સમય બાદ બંધ કરવાની જરૂરિયાત ઉપસ્થિત થતી હતી.

કમ્પ્યુટર ની બીજી પેઢી ૧૯૫૬થી ૧૯૬૩

બીજી પેઢીના કમ્પ્યુટર માં Vacuum tubes ની જગ્યા Transistors એ લઈ લીધી જેનાથી ઓછી જગ્યા રોકાતી હતી સ્પીડમાં વધારો થયો અને પ્રથમ પેઢીના કમ્પ્યુટર કરતા આ કમ્પ્યુટર ગરમી પણ ઓછી ઉત્પન્ન કરતા હતા તેમ છતાં ગરમ થવાનું પ્રશ્ન હજુ સુધી સંપૂર્ણપણે હાલ થયો ન હતો

આ કમ્પ્યુટરમાં હાઈલેવલ પ્રોગ્રામિંગ લેંગ્વેજ COBOL અને FORTRANનો ઉપયોગ કરવામાં આવ્યો હતો.

કમ્પ્યુટર ની ત્રીજી પેઢી ૧૯૬૪થી ૧૯૭૧

કમ્પ્યુટર ની ત્રીજી પેઢીમાં પહેલીવાર integrated circuit નો ઉપયોગ કરવામાં આવે છે જેમાં Transistors ને નાના ભાગોમાં વહેંચીને silicon ship મા નાખવામાં આવ્યું જેને સેમિ કન્ડક્ટર કહેવામાં આવે છે તેનાથી ફાયદો એ થયો કે કમ્પ્યુટર ની પ્રોસેસિંગ સ્પીડ અનેક ગણી વધી ગઈ.

પહેલીવાર ત્રીજી પેઢીના કમ્પ્યુટર માં જ કમ્પ્યુટરને યુઝર ફ્રેન્ડલી બનાવવા માટે મોનિટર કીબોર્ડ અને ઓપરેટિંગ સિસ્ટમનો ઉપયોગ કરવામાં આવ્યો અને કમ્પ્યુટરને પહેલીવાર માર્કેટમાં લોન્ચ કરવામાં આવ્યું.

કમ્પ્યુટર ની ચોથી પેઢી- ૧૯૭૧ થી ૧૯૮૫

ચોથી પેઢીના કમ્પ્યુટર ની મુખ્ય ખાસિયત એ હતી કે તેમાં Microprocessor નો ઉપયોગ કરવામાં આવ્યો હતો જેનાથી હજારો ઇન્ટિગ્રેટેડ સર્કિટ ને એક જ સિલિકોન ચિપ માં એમ્બેડ કરવામાં આવી હતી આનાથી મશીન નો આકાર પણ નાનો કરવામાં ખુબ જ સરળતા થઈ શકી.

માઇક્રોપ્રોસેસર નો ઉપયોગ કરવાથી કમ્પ્યુટરની ઝડપ ખૂબ જ વધી ગઈ આ પેઢીના કમ્પ્યુટર દ્વારા ખૂબ જ ઓછા સમયમાં મોટા મોટા કેલ્ક્યુલેશન થઈ શકતા હતા

કમ્પ્યુટર ની પાંચમી પેઢી ૧૯૮૫થી અત્યાર સુધી

કમ્પ્યુટર ની પાંચમી પેઢી એટલે કે હાલના કમ્પ્યુટરમાં કૃત્રિમ બુદ્ધિ નો દબદબો છે. નવી ટેકનોલોજી જેવી કે વાણી ઓળખ, સમાંતર પ્રક્રિયા, ક્વોન્ટમ ગણતરી જેવા કેટલાય એડવાન્સ ફીચર્સ આવી ગયા છે.

આ એક એવું જનરેશન છે કે જ્યાં કમ્પ્યુટરની કૃત્રિમ બુદ્ધિ હોવાના કારણે તેની સ્વયં નિર્ણય લેવાની ક્ષમતા અનેક ગણી વધી ગઈ છે ધીરે-ધીરે કમ્પ્યુટર દ્વારા તમામ કામો આપમેળ થઈ જશે.

કમ્પ્યુટર નાધણા ઘટકો છે જેવા કે input device, output device, CPU(central processing unit), mass storage device અને memory.

Input (Data): જેમાં વિવિધ માહિતી ઇનપુટ ડિવાઇસ દ્વારા કમ્પ્યુટરમાં નાખવામાં આવે છે જેમાં કોઇ લક્ષી માહિતી અન્ય પ્રકારની ફાઈલ પણ હોઈ શકે છે.

Process: જેમાં વિવિધ માહિતી ડેટાને વિવિધ જાણકારી ના આધારે કરવામાં આવે છે આ એક આંતરિક ક્રિયા છે.

Output: જેમાં વિવિધ માહિતી પહેલાથી પ્રોસેસ કરવામાં આવેલો છે તેને પરિણામસ્વરૂપે દર્શાવવામાં આવે છે જો તમે ઈચ્છો તો આ વિવિધ જાણકારી નેસંગ્રહકરીને મેમરીમાં સ્ટોર કરી શકો છો જેનાથી તેનો ઉપયોગ ભવિષ્યમાં થઈ શકે.

કેટલાક કમ્પ્યુટરના ભાગો

Motherboard

કોઈપણ કમ્પ્યુટર ના મુખ્ય સર્કિટ બોર્ડને મધરબોર્ડ કહેવામાં આવે છે આ એક પાતળી પ્લેટની જેવું દેખાય છે પરંતુ તેમાં કમ્પ્યુટર ના ધણા બધા ભાગો નું જોડાણ થયેલું હોય છે જેવી કે CPU, Memory Connectors Hard drive અને Optical Drive માટે, expansion card video અને audio ને કન્ટ્રોલ કરવા માટે, મધરબોર્ડ સાથે કમ્પ્યુટર ના બધા જ ભાગોને કનેક્ટ કરવામાં આવે છે મધરબોર્ડ કમ્પ્યુટરના દરેક ભાગો સાથે ડાયરેક્ટ કે ઇનડાયરેક્ટ રીતે જોડાયેલું હોય છે.

CPU/ Processor: સીપીયુ નું પૂરું નામ છે સેન્ટ્રલ પ્રોસેસીંગ યુનિટ. CPU ને કમ્પ્યુટર નું મગજ પણ કહેવામાં આવે છે. CPU

કોમ્પ્યુટર માં થયેલી તમામ ગતિવિધિઓ ઉપર નજર રાખે છે તે કમ્પ્યુટરમાં ડેટાને પ્રોસેસ કરવાનું કામ કરે છે. જેટલી વધારે તમારા કમ્પ્યુટરમાં પ્રોસેસરની સ્પીડ હશે એટલું જ ડેટા ને વધુ જલ્દી પ્રોસેસ કરી શકશે.

RAM: RAM નું પૂરું નામ છે રેન્ડમ એક્સેસ મેમોરી. આ કમ્પ્યુટર સિસ્ટમ ની ટૂંકી મુદત મેમોરી છે. જ્યારે આપણે કોમ્પ્યુટરમાં કોઇપણ કેલ્ક્યુલેશન કે અન્ય કોઈ પ્રક્રિયા કરીએ છીએ ત્યારે તે રીઝલ્ટ રેમમાં સંગ્રહ થઈ જાય છે. પરંતુ જ્યારે કમ્પ્યુટર બંધ કરીએ છીએ ત્યારે આ ડેટા ક્લિયર થઈ જાય છે આના માટે જ્યારે આપણે કોમ્પ્યુટરમાં કોઇપણ કામ કરતા હોય તો એ ડેટા કે ડોક્યુમેંટ ને સંગ્રહ કરવું ખૂબ જ જરૂરી બને છે. સંગ્રહ કરવાથી ડેટા હાર્ડ ડ્રાઈવમાં સેવ થઈ જાય છે જેના દ્વારા તેનો પાછળથી પણ વપરાશ કરી શકાય છે.RAM ને megabytes (MB) or gigabytes (GB) માં માપવામાં આવે છે. જેટલી વધારે તમારા કમ્પ્યુટરની RAM હશે એટલી જ તમારા કમ્પ્યુટરની સ્પીડ પણ વધી જશે.

Hard Drive: Hard drive કોમ્પ્યુટરનો એવો ઘટક છે કે જેમાં software, documents અને બીજી ફાઈલો ને શેર કરવામાં આવે છે હાર્ડ ડ્રાઇવમા ડેટાને ઘણા જ લાંબા સમય સુધી સ્ટોર કરી શકાય છે.

Power supply unit (PSU): power supply unit (PSU)નું કામ છે મેન પાવર સપ્લાય થી પાવર લઈને જરૂરિયાત અનુસાર બીજા ઘટક માં પાવર સપ્લાય કરવો. કેટલાક પાવર સપ્લાયમાં ઇનપુટ વોલ્ટેજ પસંદ કરવા માટે મેન્યુઅલ સ્વીચ હોય છે, જ્યારે અન્ય આપમેળે મેઇન વોલ્ટેજને સ્વીકારે છે.

Expansion card: બધા જ કમ્પ્યુટર્સમાં expansion slots હોય છે જેના દ્વારા આપણે ભવિષ્યમાં કોઈ વિસ્તરણ કાર્ડ ને એડ કરવું હોય તો કરી શકાય તેને PCI (peripheral components interconnect) Card પણ કહેવામાં આવે છે. આજકાલના મધરબોર્ડમાં કેટલાક શોર્ટ પહેલાથી જ હોય છે. કેટલાક કાર્ડ જ આપણે જુના કમ્પ્યુટરને અપડેટ કરવા માટે વાપરીએ છીએ.

કોમ્પ્યુટર હાર્ડવેર એટલે કે કમ્પ્યુટરનો એવો કોઈ પણ ફિઝિકલ ડિવાઇસ જેને આપણે વાપરીએ છીએ સાદી ભાષામાં કહીએ તો

કમ્પ્યુટરના એવા ભાગો જેને આપણે સ્પર્શ કરી શકીએ છીએ તેને કમ્પ્યુટર હાર્ડવેર કહેવામાં આવે છે. ઉદાહરણ તરીકે મોનિટર, માઉસ, પ્રિન્ટર, કીબોર્ડ વગેરે

કોમ્પ્યુટરના એવા ભાગો કે જેને આપણે જોઈ કે સ્પર્શ કરી શકતા નથી પરંતુ તેના દ્વારા કોમ્પ્યુટર કામ કરે છે એટલે કે કોમ્પ્યુટરનું પ્રોસેસિંગ થાય છે એવા તમામ ભાગો, કોડ વગેરે ને સોફ્ટવેર કહેવામાં આવે છે

ઉદાહરણ તરીકે ઇન્ટરનેટ બ્રાઉઝર જેના દ્વારા આપણે વેબસાઈટ શોધન કરીએ છીએ કરીએ છીએ. ઓપરેટિંગ સિસ્ટમ જેના દ્વારા ઇન્ટરનેટ બ્રાઉઝર શોધન રન થાય છે.

આપણે કહી શકીએ છીએ કે એક કમ્પ્યુટર સોફ્ટવેર અને હાર્ડવેર નું મિશ્રણ છે આ બંને કમ્પ્યુટર માટે સમાન ભૂમિકા અદા કરે છે બંનેના એકસાથે ઉપયોગ દ્વારા જ કમ્પ્યુટર કામ કરી શકે છે.

કમ્પ્યુટર અનેક પ્રકારના હોય છે. વિવિધ Shapes અને સાઇઝ ના હોય છે. જરૂરિયાત અનુસાર આપણે તેનો ઉપયોગ કરીએ છીએ જેમકે ATMનો ઉપયોગ આપણે પૈસા કાઢવા માટે કરીએ છીએ, સ્કેનર કોઈપણ બાર કોડને સ્કેન કરવા માટે વાપરીએ છીએ, કેલ્ક્યુલેટરનો ઉપયોગ કોઈપણ ગણિતિક પ્રક્રિયા એટલે કે કેલ્ક્યુલેશન કરવા માટે કરીએ છીએ. આ બધા જ વિવિધ પ્રકારના કમ્પ્યુટર છે.

- Desktop:મોટાભાગના લોકો આ કમ્પ્યુટરનો ઉપયોગ પોતાનું ઘર ઓફિસ સ્કૂલ અને પોતાના પર્સનલ કામ કરવા માટે કરે છે આ કમ્પ્યુટર ની ડિઝાઇન કંઈક એવા પ્રકારની હોય છે કે જેને તમે ટેબલ પર રાખી શકો છો તેના અલગ અલગ Parts હોય છે જેમકે મોનિટરકી બોર્ડ, માઉસ, CPU વિગેરે.
- Laptop:-. લેપટોપ બેટરી સંચાલિત હોય છે જેને તમે કોઈપણ જગ્યાએ સરળતાથી લઈ જઈ શકો છો.
- Tablet ટેબલેટ પણ એક પ્રકારનું કમ્પ્યુટર જ છે જે આપણે સરળતાથી હાથમાં પકડીને ઉપયોગ કરી શકીએ છીએ જેથી તેને હેન્ડહેલ્ડ કોમ્પ્યુટર પણ કહે છે. તેમાં કીબોર્ડ અને માઉસ નથી હોતા. ટેબલેટ માં ટચ સ્ક્રીન હોય છે જેનો ઉપયોગ ટાઈપિંગ અને

નેવિગેશન માટે થાય છે.

• Servers સર્વેર એવું કમ્પ્યુટર છે કે જેનો ઉપયોગ માહિતીના આદાન-પ્રદાન માટે થાય છે ઉદાહરણ તરીકે આપણે જ્યારે કોઈપણ બાબત ઇન્ટરનેટ પર સર્ચ કરીએ છીએ તે તમામ બાબતો સર્વરમાં સ્ટોર કરેલી હોય છે.

સ્માર્ટફોન : જ્યારે એક નોર્મલ સેલફોનમાં ઇન્ટરનેટ ચાલુ હોય છે ત્યારે તેનો ઉપયોગ કરીને આપણે ઘણા બધા કામો કરી શકીયે છીએ આવા સેલફોનને સ્માર્ટફોન કહેવામાં આવે છે. આ સ્માર્ટફોન પણ એક પ્રકારનું કમ્પ્યુટરજ છે.

પહેરી શકાય તેવા કમ્પ્યુટર: આવા કમ્પ્યુટરમાં ફિટનેસ ટ્રેકર્સ અને સ્માર્ટ વોચ સામેલ છે આવા કમ્પ્યુટરને એવી રીતે ડિઝાઇન કરવામાં આવેલા હોય છે કે જેને તમે આખો દિવસ પહેરી શકો છો એટલે જ તો આવા કમ્પ્યુટરને વેરેબલ કોમ્પ્યુટર કહે છે.

ગેમ કન્ટ્રોલ :ગેમ કન્ટ્રોલ પણ એક વિશેષ પ્રકારના કમ્પ્યુટર છે જેનો ઉપયોગ ટીવી પર વિડીયો ગેમ રમવા માટે થાય છે.

ટીવી:અત્યારના આધુનિક યુગમાં ઉપયોગમાં લેવાતા ટીવી પણ એક કમ્પ્યુટર જ છે જેમાં ઘણી બધી એપ્સ સામેલ હોય છે ચેન્નઈ સ્માર્ટ ટીવી પણ કહેવામાં આવે છે હાલના ટીવી માં તમે સીધા જ ઇન્ટરનેટનો ઉપયોગ કરી શકો છો અને વિડિયો પ્રવાહ પણ કરી શકો છો.

કમ્પ્યુટર ના ઉપયોગો જોવા જઈએ તો હાલના ટેકનોલોજીના યુગમાં કમ્પ્યુટર એ આપણા જીવનનો અભિન્ન અંગ બની ગયું છે .

શિક્ષણમાં કમ્પ્યુટરનો ઉપયોગ:

શિક્ષણમાં કમ્પ્યુટરનો ખૂબ જ મોટો સહયોગ છે. જો કોઈપણ વિદ્યાર્થીને કોઈપણ બાબતે જાણકારી પ્રાપ્ત કરવી છે તો ઇન્ટરનેટના ઉપયોગ દ્વારા સેકન્ડોમાં તે માહિતી પ્રાપ્ત કરી શકે છે. તાજેતરમાં થયેલ રિસર્ચ દ્વારા જાણવા મળેલ છે તે કમ્પ્યુટરની મદદથી વિદ્યાર્થીઓના લર્નિંગ પરફોર્મન્સમાં વધારો થયેલો છે હાલના ટેકનોલોજીના યુગમાં ઓનલાઈન ક્લાસ દ્વારા ઘરે બેઠા છે વિદ્યાર્થીઓ અભ્યાસ કરી શકે છે . એમાં પણ કોરોના ના સમયગાળામાં જ્યારે

તમામ શાળાઓ બંધ છે ત્યારે કમ્પ્યુટર ના માધ્યમથી ઓનલાઇન શિક્ષણ આશીર્વાદરૂપ સાબિત થયું છે.

આરોગ્ય અને દવાઓ

આરોગ્ય ક્ષેત્રમાં કમ્પ્યુટર એ વરદાન સમાન છે તાજેતરમાં તેના ઉપયોગ દ્વારા દર્દીઓની સારવાર ખૂબ જ ઝડપી અને સરળતાથી કરી શકાય છે. ખુબ જ સરળતાથી રોગની જાણકારી મળી શકે છે તેમજ તેનો ઇલાજ કરી શકાય છે. કમ્પ્યુટરના ઉપયોગ દ્વારા ઓપરેશન ખૂબ જ સરળ બન્યા છે.

વિજ્ઞાન જગતમાં કમ્પ્યુટરનો ઉપયોગ:

કમ્પ્યુટર એ સાયન્સની તો દેન છે. તેના દ્વારા રિસર્ચમાં ખૂબ સરળતા રહે છે તાજેતરમાં વિજ્ઞાન ક્ષેત્રે એક નવો ટ્રેન્ડ ચાલી રહ્યો છે જેને સહયોગી કહેવામાં આવે છે. જેમાં દુનિયાના અલગ-અલગ ખૂણે વસેલા વૈજ્ઞાનિકો એક સાથે મળીને કામ કરી શકે છે.

ઉધોગ:

ઉધોગ ક્ષેત્રમાં કમ્પ્યુટરનો ખૂબ જ મોટો હાથ છે તેનો ઉપયોગ મુખ્યત્વે માર્કેટિંગ, છૂટક વેચાણ બેન્કિંગ, ટ્રેડિંગમાં થાય છે અહીં બધી જ વસ્તુઓ ડિજિટલ હોવાના કારણે તેની પ્રોસેસિંગ ખૂબ જ ઝડપી થઈ ગઈ છે આજના યુગમાં કેસલેસ ટ્રાન્ઝેક્શન ને સૌથી વધુ ઇમ્પોર્ટન્સ આપવામાં આવી રહ્યું છે એ પણ એક કમ્પ્યુટરની જ દેન છે.

મનોરંજન:

અત્યારે કમ્પ્યુટર એ મનોરંજન માટેનું એક ખૂબ જ મહત્વનું સાધન બની ગયું છે. મુવી, યા રેસ્ટોરન્ટ દરેક માં કમ્પ્યુટરનો ઉપયોગ થાય છે. તાજેતરમાં સ્માર્ટફોન જ મનોરંજન મુખ્ય સાધન બની ગયું છે

સરકારી ક્ષેત્ર:

તાજેતરમાં સરકાર પણ કમ્પ્યુટરના ઉપયોગ પર વધુ ભાર આપી રહી છે જો આપણે વાત કરીએ ટ્રાફિક ટુરીઝમ ઇન્ફોર્મેશન અને બ્રોડકાસ્ટિંગ શિક્ષણ દરેક જગ્યાએ કમ્પ્યુટરના ઉપયોગ દ્વારા કામ ખૂબ જ સરળ બની ગયું છે. તાજુતરમાં ગુજરાત સરકાર દ્વારા ખનિજ ચોરી પર નિયંત્રણ માટે, કોરોના ગાઇડલાઇન ઉલ્લ્ઘન કરતા લોકો પર નજર રાખવા ડ્રોનનો ઉપયોગ કરવાનો નિર્ણય કરવામાં આવેલ જેમાં મહદ અંશે સફળતા પણ મળેલ છે.

ડિફેન્સ :

તાજેતરમાં ટેકનોલોજિના યુગમાં સેનામાં પણ કમ્પ્યુટર ના સાધનો મોટા પ્રમાણમાં ઉપયોગ કરવામાં આવી રહ્યો છે . મિસાઇલ, ઉપગ્રહોનુ લોન્ચિંગ પણ એક પ્રકારના કમ્પ્યુટરને જ આભારી છે. સેનાના ઘણા બધા સાધનો કમ્પ્યુટરની મદદથી કંટ્રોલ થઇ શકે છે.

કોમ્પ્યુટર ના ફાયદા :.કમ્પ્યુટરની સ્પીડ અને સ્ટોરેજની મદદથી મનુષ્ય જીવનને ખૂબ જ સરળ બનાવી દીધું છે માણસ જ્યારે પણ ઇચ્છે ત્યારે કોઈ પણ વસ્તુને સંગ્રહ કરી શકે છે સંગ્રહ કરેલી વસ્તુ ને ઈંચ્છા અનુસાર વાપરી શકે છે.

બહુવિધ કામગીરી એ કમ્પ્યુટરની ખૂબ જ મહત્ત્વનો ફાયદો છે. જેમાં કોઈ પણ માણસ બહુવિધ કાર્ય, બહુવિધ કામગીરી, સંખ્યાત્મક સમસ્યાને કેલ્ક્યુલેટ કરી શકે છે એ પણ ખૂબ જ ઓછા સમયમાં. કમ્પ્યુટર સરળતાથી સેકન્ડ દીઠ ટ્રિલિયન સૂચના ગણતરી કરી શકે છે.

હવે કમ્પ્યુટર માત્ર એક કેલ્ક્યુલેટર ડીવાઈઝ નથી રહ્યુ હવે તે આપણા જીવનનો એક મહત્વપૂર્ણ હિસ્સો બની ચૂક્યો છે. તેની હાઇ સ્પીડ, જે કોઈ પણ કામને ઓછા સમયમાં પૂર્ણ કરવામાં મદદ કરે છે. તેના દ્વારા કોઈપણ કામ તાત્કાલિક કરી શકે છે

ખુબ જ ખોછા ખર્ચે વિશાળ પ્રમાણમાં ડેટાને એક જ જગ્યાએ સંગ્રહિત કરી શકાય છે.જે એક ખુબ જ મોટો ફાયદો છે.

કમ્પ્યુટરનો મૂળ ફાયદો એ છે કે તે માત્ર ગણતરીઓ જ નહીં પણ તમામ કાર્યો ખુબ જ ચોકસાઈથી કરી શકે છે. તેમાં ભુલ થવાની શક્યતા લગભગ "ના" બરાબર હોય છે.

ડિજિટલ ડેટાને સુરક્ષિત રાખવો એટલે . કમ્પ્યુટર વિનાશક દળોથી અને સાયબર એટેક અથવા એક્સેસ એટેક જેવા અનધિકૃત વપરાશકર્તાઓની અનિચ્છનીય ક્રિયાથી સુરક્ષા પ્રદાન કરે છે.

કમ્પ્યુટરના કેટલાક ગેરફાયદા પણ જાણી લઇએ.

વાયરસ એક કીડ છે અને હેકિંગ એ કેટલાક ગેરકાયદેસર હેતુઓ માટે કમ્પ્યુટર પર ફક્ત અનધિકૃત આ વપરાશ છે જેમાં આપણી અંગત માહિતી ને જાણી શકાય છે . છે. જેમાં યુઝરને તેની ખબર હોતી નથી.

આ વાયરસને સરળતાથી ઇમેઇલ એટેચમેન્ટ, ચેપગ્રસ્ત વેબસાઇટ પર જાહેરાત જોવાથી, USB પેનડ્રાઈવ ડિવાઇઝ્ના ઉપયોગ દ્વારા તમારા કમ્પ્યુટરમાં પ્રવેસી શકે છે.

જો એક વખત વાયરસ તમારા કમ્પ્યુટરમાં આવી ગયો તો તે તમારા કમ્પ્યુટર ની તમામ ફાઇલોને બર્બાદ કરી નાખે છે.

ઓનલાઇન સાયબર-ક્રાઇમ એટલે કમ્પ્યુટર અને નેટવર્કનો ઉપયોગ ગુના કરવા માટે કરવો. હાલના ડીજીટલ યુગમાં કમ્પ્યુટર અને અને ઇન્ટરનેટના ઉપયોગ દ્વારા આવા સાઇબર ક્રાઇમના ગુનાઓની સંખ્યા મોટા પ્રમાણમાં વધી ગઇ છે જેમાં ઓનલાઇન છેતરપીંડીથી પૈસા ઉપ⊙ડી લેવા, અંગત માહિતી તેમજ ડોકયુમેન્ટનો દુર ઉપયોગ વિગેરેનો સમાવેશ થાય છે..

મુખ્યત્વે પાછલી પેઢી માં કમ્પ્યુટરનો ઉપયોગ થતો ન હતો અથવા જ્યારે નવા નવા કમ્પ્યુટર આવ્યા ત્યારે તેમને કમ્પ્યુટરનું જ્ઞાન જ ન હતું. જેમ કે આપણે બેન્કિંગ ક્ષેત્રે જોયું છે કે જ્યારે કમ્પ્યુટર બેન્કિંગ ક્ષેત્રેની વાત આવે છે ત્યારે વરિષ્ઠ બેંક કર્મચારીઓએ આ સમસ્યાનો સામનો કરવો પડ્યો હતો. તદઉપરાંત એક કમ્પ્યુટર એન માણસોનુ કામ સરળતાથી, ચોકકસાઇ થી અને અતિ ઝડપથી કરી શકે છે આનાથી પણ રોજગારીની તકોમાં ઘટાડો થયો છે.

છેલ્લે એક વાત ભવિષ્ય ના કમ્પ્યુટર માં ક્વોન્ટમ કમ્પ્યુટરનો સમાવેશ થાય છે જેના ઉપર હાલ સંશોધન ચાલુ છે, આધુનિકથી વિપરીત, સિલિકોન પ્રોસેસર્સનો ઉપયોગ કરવાને બદલે, અણુઓના ભૌતિક ગુણધર્મી પર આધારિત ચિપ્સનો ઉપયોગ કરશે , અને , દરેક પરિભ્રમણ સંખ્યાઓ (બિટ્સ) ગણવા માટે હશે, વધુમાં, જ્યારે સિલિકોન ચિપ્સ જેવા વિધ્યુત ચાર્જ દ્વારા સંચાલિત થશે, ત્યારે અણુઓ એક બીજાને ઓવરલેપ થશે, જેના કારણે કમ્પ્યુટર કાર્યોને વધુ ઝડપથી પ્રક્રિયા કરશે. જો કે આપણે હજી પણ ક્વોન્ટમ કમ્પ્યુટરથી દૂર છીએ. મિત્રો મને આશા છે કે આપને મારો આ નિબંધ જરૂર પંસદ આવ્યો હશે .

સંદર્ભ :કમ્પ્યુટર ને લગતા વિવિધ લેખ અને લેખકો ના બ્લોગ , વેબ સાઇટ અને વિકિપીડિયા,વિવિધ અખબારી અહેવાલ